Kanto Boy

A Filipino Story

Manunulat
Ease

Pagguhit
Danny Bulanadi
Nesto Vicente

Pagpipinta
Hannah Rodgers

Tagasulat
Krugos
Marina Leon

Ang publikasyong ito ay isang akdang kathang-isip. Ang mga pangalan, tauhan, negosyo, organisasyon, lugar, kaganapan, at insidente ay mga produkto ng imahinasyon ng may-akda o ginamit na pawang kathang-isip. Anumang pagkakapareho sa mga aktwal na tao, buhay man o patay, ay ganap na pagkakataon lamang.

Ginamit ng may-akda ang mga kathang-isip na elemento upang buuin ang kwentong ito, at anumang pagkakapareho sa mga aktwal na kaganapan o indibidwal ay hindi sinasadya at hindi dapat ipalagay. Ang akdang ito ay protektado ng mga umiiral na batas ng copyright, at ang anumang hindi awtorisadong pagpaparami o pamamahagi ay mahigpit na ipinagbabawal.

www.duhatstudios.com

415-499-9953

Gotham Books
30 N Gould St.
Ste. 20820, Sheridan, WY 82801
https://gothambooksinc.com/

Phone: 1 (307) 464-7800

© 2025 *Ease*. All rights reserved.

No part of this book may be reproduced, stored in a retrieval system, or transmitted by any means without the written permission of the author.

Published by Gotham Books (March 19, 2025)

ISBN: 979-8-3485-1760-1 (P)
ISBN: 979-8-3485-1761-8 (E)

Because of the dynamic nature of the Internet, any web addresses or links contained in this book may have changed since publication and may no longer be valid.

The views expressed in this work are solely those of the author and do not necessarily reflect the views of the publisher, and the publisher hereby disclaims any responsibility for them.

CHAPTER ONE:

MASASAMANG TAO

PALAGI SILANG MAY
MAGAGANDANG DAHILAN

KWENTO NG PINAGMULAN:

Ang Pagnanakaw

Habang nagaganap ang pagnanakaw sa bangko, may isa pang pagnanakaw na sabay na nagaganap sa Binondo. Isang tindahan ng alahas sa Chinatown ang tinarget, kinuha ang pera at ilang napakabihirang pink na perlas mula sa Palawan. Kilalang-kilala sa kanilang natatanging kulay at kinang, ang mga perlas na ito ay sinasabing malakas na pampatakam ng ilang mga Hapon. Dahil ayaw niyang magbayad ng kanilang napakamahal na presyo, nagpasya ang kuripot na Boss na nakawin na lang ang mga ito. Ang pagnanakaw sa bangko ay isang matalinong taktika ng paglihis dahil palaging inuuna ng pulis ang pagtugon sa mga pagnanakaw sa bangko kaysa sa mga pagnanakaw sa tindahan.

Si Manny, ang mas may karanasang getaway driver, ay dapat sana ang gagawa ng bank job; subalit, nahatak siya sa jeweler's store heist sa huling sandali. Sa isang magulong sitwasyon, pinili ng crew ng bangko si Chito, isang walang karanasang part-time na drayber ng taxi na hindi magaling sa ilalim ng pressure.

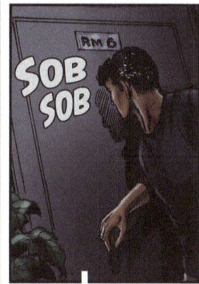

KWENTO NG PINAGMULAN:

Yakuza

Si Kitori, isang batang Yakuza gangster at pinalaking anak ng Oyabun (boss ng isang Japanese organized crime family) at isang high-class callgirl, ay ipinadala upang kumuha ng ilang perlas at maghatid ng pera sa isang lokal na politiko. Kasama niya si Saguchi, isang mas matandang gangster na naroon upang bantayan siya.Dahil madaling madistract at walang kontrol sa kanyang mga impuls, nakalimutan ng batang Yakuza ang paghahatid ng pera nang siya ay bumigay sa tukso, sumisid sa walang katapusang kalokohan.

Efren

Nang unang makita ni Efren si Maritez, ito ay pag-ibig sa unang tingin. Pagkatapos ng romantikong gabing iyon, naniwala siyang natagpuan na niya ang kanyang babae.Ngunit nang hindi siya sumagot sa kanyang mga tawag, lumabo ang kanyang mood, na nag-iwan sa kanya ng kahinaan na mapapayag na sumama sa kanyang mga kriminal na kaibigan sa pagnanakaw sa resort.

CHAPTER TWO:

ANG BATA

DALA NILA ANG ATING GALIT
NAGTATANONG TAYO KUNG BAKIT

BACK STORY:

Batang Efren

Kumikita ng dagdag na pera sina Efren at ang kanyang kapitbahay na si Rolo sa paghuhugas ng mga nakaparadang sasakyan. Sa karamihan ng mga kaso, pinapagawa ng mga drayber na linisin nila ang maruruming gulong o kaya'y bantayan lang ang sasakyan para matakot ang mga posibleng magnanakaw. Si Rolo, dahil tamad, ay naninigarilyo na lang ng mga itinapong sigarilyo at naghihintay na bayaran, habang si Efren ang gumagawa ng lahat ng trabaho. Hindi nakaligtas sa mata ng iba ang sipag ni Efren. Hindi nagtagal, nagtrabaho na siya para kay Tony, tumatakbo ng mga gawain para sa gang sa pamamagitan ng pagpunta sa sari-sari store para sa serbesa, sigarilyo, at mga meryenda tulad ng puto at banana cue. Ito ay nagbigay ng karagdagang pera para sa pamilya dahil ang kanyang ama, isang walang trabahong drayber ng jeepney, ay hindi makapagtagal sa trabaho dahil sa pag-inom at pagsusugal. Ang kanyang ina ay nagtatrabaho ng ilang araw sa isang linggo sa paglilinis ng parokya sa lokal na simbahan. Ang nakakahiyaing sitwasyong ito sa bahay ay nagdulot ng sama ng loob na nauwi sa pisikal na karahasan habang lumalala ang pagkatalo ng ama sa sugal.

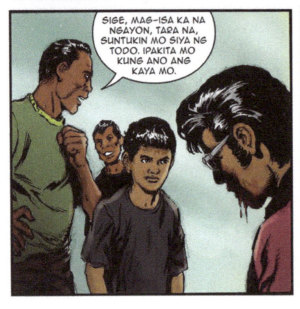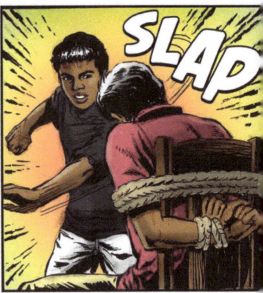

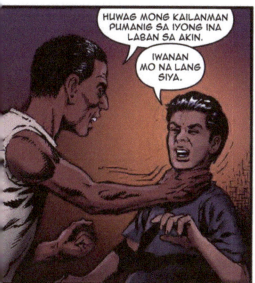

KWENTO NG PINAGMULAN:

Nestor "Elvis" Paredes

Si Elvis, isang self-proclaimed ladies man, ay namumuhay ng playboy life hanggang isang araw, isang audit ng accountant ng Boss ang nagpakita na siya ay nagnanakaw ng pera mula sa kanyang lingguhang koleksyon. Karaniwan, ito ay magreresulta sa isang brutal na pagbatok na magpapaparatay sa isang tao habang buhay, magdudulot ng permanenteng pinsala sa utak, o kahit kamatayan. Gayunpaman, nakaiwas si Elvis sa kanyang kapalaran dahil sa isa sa kanyang mga pabiglang kilos. Si Rosie ang mahiyain at simpleng anak na babae ng Boss na sabik na sabik sa atensyon ng sinumang lalaki. Walang matinong lalaki ang mag-iisip na makipaglandian sa anak ng Boss, pero mahilig maglaro ng apoy si Elvis. Ang kanyang predatory instinct ay nag-udyok sa kanya na batuhin ang inosenteng batang babae ng mga malalaswang papuri hanggang sa mapapayag niya itong makipagtalik sa kanya. Nang marinig niya kung ano ang mangyayari sa kanyang kasintahan, inamin ni Rosie sa kanyang ama na siya ay buntis sa anak ni Elvis. Sa kabila ng kanyang pagkabigla at galit, tumanggi siyang hayaan ang kanyang buntis na anak na manatiling walang asawa at ang kanyang apo na lumaki nang walang ama. Ang kasalang ito na napilitan ay magiging isa sa pinakamapalad na pagkakataon ng ikakasal.

Ilang taon ang lumipas. Nagpasya ang Boss na dalhin ang kotse para magmaneho pero bago siya makaalis sa driveway, nagkaroon siya ng fatal na atake sa puso at naabangan si Tony, isa sa mga matatandang gangster, na nagresulta sa kanyang bahagyang kapansanan. Ang pagkamatay ng matandang Boss ay nagbigay-daan kay Elvis, bilang manugang, na magpatuloy at maging bagong Boss.

CHAPTER THREE:

SAHOD NG KASALANAN

KUNG ANG BUHAY AY ISANG PARAAN UPANG MAKAMIT ANG ISANG LAYUNIN, KUNG GAYON ANG KAMATAYAN AY SARILI NITONG DAHILAN PARA UMIRAL

KWENTO NG PINAGMULAN:

Father Donald Melford

Si Father Melford ay isang field officer para sa isang ahensya ng intelihensiya ng gobyerno ng U.S. na nakabase sa Langley, Virginia. Siya rin ay isang ordinadong ministro mula sa American Life Church, isang simbahan ng mail-order ordination na nakabase sa Bethesda, Maryland. Ang kanyang master's degree sa Asian studies mula sa isang Ivy League na kolehiyo ang naging dahilan ng kanyang pagkuha ng ahensya. Pinadala sa Pilipinas, ang kanyang misyon ay makapasok sa mga lokal na organisasyon ng simbahan sa pinakamataas na antas upang suriin ang kanilang suporta para sa presensya ng militar ng Amerika sa Subic Bay at Clark Airbase. Sa kabila ng pagiging isang nakatagong homosekswal at pinaghihinalaang mang-aabuso sa bata, hindi siya kailanman nausig dahil sa panghihimasok ng ahensya, na labis na umaasa sa kanyang kaalaman tungkol sa Pilipinas na nakuha niya habang lumalaki doon kasama ang mga magulang na misyonero. Pagdating niya sa Pilipinas, sa halip na tumutok sa kanyang misyon, ginugol niya ang kanyang mga araw na walang bantay na naghahanap sa mga underground na pahayagan para sa mga gay swingers.

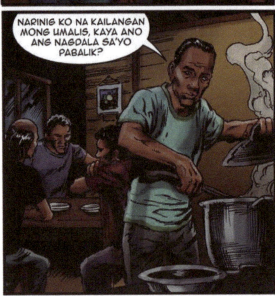

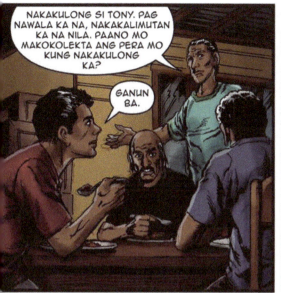

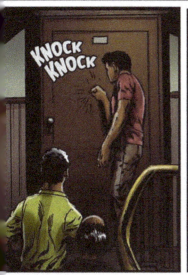

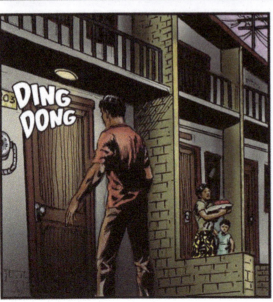

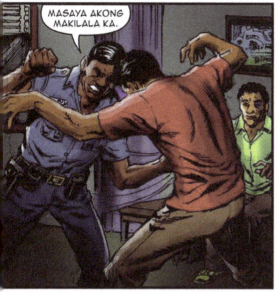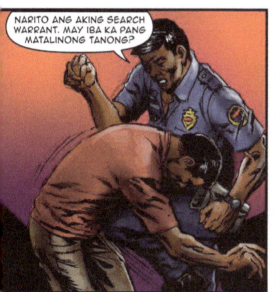

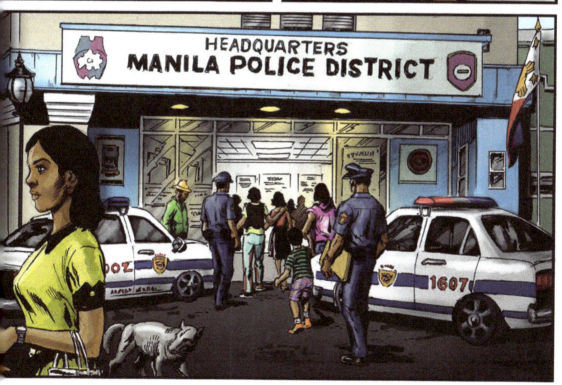

CHAPTER FOUR:

ANG BABAE

SIYA AY HANGGANG
HINDI NA SIYA

KWENTO NG PINAGMULAN:

Ang mga Castillas

Ang mga Castilla ay nagmula sa isang mahabang linya ng mayayamang pamilya ng mga may-ari ng lupa na may lahing Espanyol at kilala rin sa larangan ng politika. Ang patriyarka ng pamilya, Kongresista Dionisio Castilla, ay isang madaldal, mapagkasundong, tiwaling politiko na may itinatagong madilim at marahas na ugali. Ang kanyang tahasang paghamak sa mga mahihirap ay palaging naging sanhi ng pag-aalala ng kanyang anak na si Maritez, na sa kabila ng paglaki sa karangyaan sa likod ng isang gated community, ay palaging nakakaramdam ng guilt tungkol sa kahirapan sa labas ng mga gate nito. Lalo pang lumala ito sa kaalaman na ang kanyang sariling ama ay ginamit ang kanyang posisyon hindi upang tulungan ang mga mahihirap kundi upang punuin ang kanyang bulsa ng maruming pera.

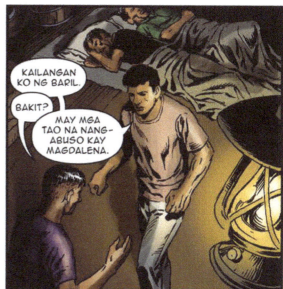

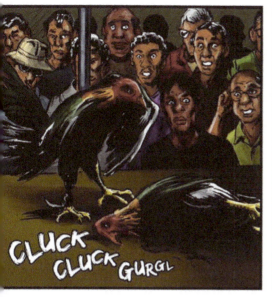

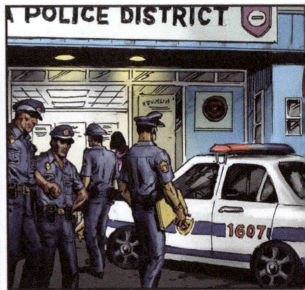

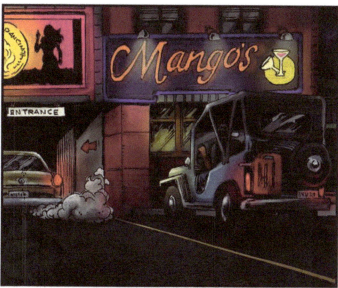

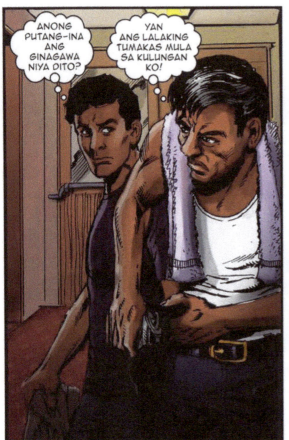

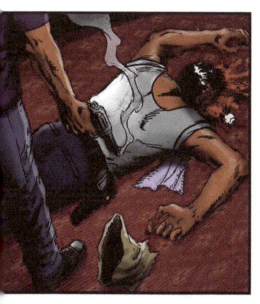

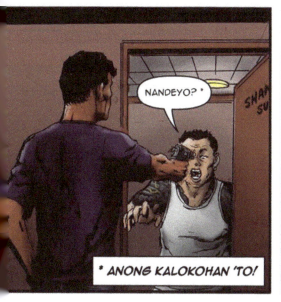

www.ingramcontent.com/pod-product-compliance
Lightning Source LLC
Chambersburg PA
CBHW060023190825
31343CB00027B/1488